THƠ QUY HỒNG

Bìa: Uyên Nguyên Trần Triết
Dàn trang: Đỗ Huỳnh Đăng Ngọc
Nhân Ảnh xuất bản 2026
ISBN: 979-8-2955-0808-0

Thơ

Quy Hồng

Nhân Ảnh
2026

LỜI GIỚI THIỆU

(thay lời Bạt cho thi phẩm THƠ QUY HỒNG)

Đi vào cõi thơ Quy Hồng là đi vào một vườn hoa muôn sắc, tĩnh lặng. Muôn sắc vì đa dạng, nhiều chủ đề, nhiều thể tài; tĩnh lặng vì nhiều phần, vườn hoa không đơn giản khoe sắc, mà chính là để soi chiếu một chiều sâu tâm hồn lặng lẽ, đôi khi rất cô liêu, nhưng giàu cảm xúc, đậm tình người.

Thơ Quy Hồng ít mô tả con người và xã hội thực tế mà chỉ nói hương sắc của hoa, lá, cỏ chung quanh; nắng, mưa, gió, tuyết bốn mùa; và cao xa hơn là núi, mây, sông, biển, trăng, trời... Người đọc sẽ tự cảm nhận con người và cuộc đời qua thiên nhiên, và qua những xúc cảm lúc dạt dào, lúc sâu lắng của thi nhân.

"Chỉ nghe hương đâu biết là nguyệt quế
Bao lá xanh nâng những đóa hoa cười
Thơ rơi xuống một khối tình trắng nõn
Nắng bên trời nghiêng vội phía riêng tôi."

(Bên hoa)

Nguyệt quế là loài hoa trắng, có hương thơm rất quyến

rũ. Vòng nguyệt quế trong thần thoại Hy-lạp biểu hiện cho sự vinh quang, chiến thắng, thành tựu. Ở đây, nhà thơ không dùng nguyệt quế như biểu tượng chiến thắng, mà nói về sự tinh tuyền trinh bạch của tình yêu, và của thơ:

"Thơ rơi xuống một khối tình trắng nõn"

Qua đó niềm hạnh phúc tràn đầy riêng tư chính là vinh quang của tự tâm:

"Nắng bên trời nghiêng vội phía riêng tôi."

Chỉ hai câu thơ thôi, nhà thơ đã minh định một cõi thơ, một tự tình. Thơ ở đây dường như chỉ là mặt nổi của tình. Tình yêu cha mẹ, vợ chồng, con cái trong gia đình; hay tình yêu con người, xã hội, quê hương. Tất cả đều trong một chữ tình; và chữ tình này được khẳng định là một khối chân tình, một tình yêu tha thiết, chung tình, một tình yêu vô hạn, vô chung.

Trên một trăm bài thơ của thi phẩm này, người đọc chỉ bắt gặp một vài nhân vật thực tế là chính thi nhân cùng với cha, mẹ, chồng và con. Ngoài ra, đều là những nhân vật mơ hồ không có tính cách cá biệt, thường khi phải mượn ngôi thứ nhất để trình hiện. Chẳng hạn bài Chiêm bao, nói về giấc mơ của mình, nhưng cũng là của người. Ngôi thứ nhất hay thứ ba ở đây khó phân biệt.

"Có một người
dậy muộn
đã trễ chuyến tàu
trong giấc mơ
đêm qua
Thức giấc trong khuya

mong
lên con tàu ấy
Chìm sâu rồi
đâu nữa
giấc chiêm bao."

(Chiêm bao)

Bạn đọc lưu ý, những câu và chữ ở đây được trình bày rời rạc, xuống hàng liên tục, và mỗi câu/chữ xuống hàng đều nhấn mạnh một tình trạng hay tâm trạng, rất mơ hồ, rất lãng đãng, rất chiêm bao. Đặc biệt, sau đoạn thứ hai, chữ "mong" rớt xuống một mình, trơ trọi, nhưng tự nó nói lên tất cả khát vọng triền miên của con người. Mong, là động lực hướng về hạnh phúc ngắn hạn hay trường cửu ở mai sau. Mong, chính là nền tảng của mọi văn minh, tiến bộ nhân loại.

Vì vậy, giấc chiêm bao ở đây không còn là giấc chiêm bao riêng của thi nhân, mà của chung mọi người. Nó cho thấy cái nhìn của thi nhân về những ảo ảnh cuộc đời. Đời như giấc chiêm bao. Mỗi người đều có những giấc mơ ban ngày: mong ước có một cuộc sống tốt đẹp, hạnh phúc hơn trong tương lai. Trong giấc mơ ban đêm, người ta cũng mong lên được một chuyến tàu đi về hướng trước. Nhưng rồi thức giấc, biết chỉ là mơ. Đây gọi là mơ trong mộng. Tỉnh dậy, buồn man mác, buồn tiếc nuối một chuyến tàu chiêm bao. Đây là tâm trạng, là thực trạng chung của con người trong kiếp nhân sinh vô thường.

Đó là mượn cái riêng để nói cái chung. Có khi thi nhân lại mượn cái chung để nói niềm riêng. Và như đã nói ở trước, thi nhân luôn mượn hình ảnh của cỏ cây, hoa lá, chim muông, để diễn tả tâm trạng.

Chở thương yêu trong từng đôi cánh
Hải âu ngoan đậu xuống bờ vui
Sóng có chao đi niềm cô quạnh
Biển vẫn xanh in bóng một người.

(Đậu xuống bờ vui)

Diễn tả tình yêu qua đôi cánh của hải âu khiến người đọc không khỏi nhớ đến đôi uyên ương trong văn hóa phương Đông. Uyên là con trống, ương là con mái. Trong sinh học tự nhiên, con trống không bao giờ bỏ rơi con mái, đi đâu thì đi cuối cùng nó cũng quay về. Từ đó người xưa thường dùng từ "uyên ương" như là biểu tượng của hạnh phúc và sự thủy chung trong hôn nhân. Trong một ẩn dụ khác, người ta ví đôi cánh chim như cặp vợ chồng, chim không thể bay cao nếu mất đi một cánh.

Nơi đây, thi nhân tạm mượn chim hải âu. Thương yêu được mang theo đôi cánh. Hải âu luôn hạnh phúc khi đậu xuống một bãi bờ nào đó, và dù:

"Sóng có chao đi niềm cô quạnh"

Thì biển kia vẫn xanh biếc, vẫn lưu dấu một bóng người.

Đó là niềm thủy chung mà thi nhân dành cho phu quân đã chia biệt từ nhiều năm trước.

Tình yêu chung thủy luôn được ngợi ca trong thơ Quy Hồng. Đau niềm riêng thân phận lẻ bóng của mình, nhưng luôn ca tụng, chia vui với hạnh phúc của bao người khác.

"Không thể lìa nhau, không thể xa
Rơi theo ngọn gió đến như đùa
Trước và sau chỉ là không dứt
Xa cành xanh vẫn thắm như xưa
Bên cội thông già hai lá nhỏ
Có nhau như lúc đậu trên cành
Lắng nghe êm ái từ biển hát
Ta nối đời vui điệp khúc xanh."

(Điệp khúc xanh)

Phải có cái nhìn thật tinh tế, và một sự liên kết ý nhị mới thấy được sự khắng khít của một cặp lá thông từ lúc vừa chớm cho đến khi đong đưa theo gió, rồi rời cành, rồi cùng bên nhau, nằm bên cội, lắng nghe tiếng sóng vỗ bất tận của đại dương.

Có lẽ ít ai để ý những sự khác biệt của những chòm lá thông. Thông ở Việt Nam có loại đính hai lá, ba lá và năm lá; gọi nôm na là thông hai lá (hay thông ta), thông ba lá và thông năm lá. Loại thông mà thi nhân nói ở đây là loại thông dẹt hai lá, hình kim, luôn đính với nhau thành từng cặp. Khi mới nhú thì đã:

"Có nhau như lúc đậu trên cành"

Nên luôn bên nhau, có nhau, cùng nhau trải nghiệm những cơn gió lành hay gió chướng; và vì hai lá luôn bên nhau, thi nhân đã có cái nhìn thật tích cực, xem sự rơi của lá như trò đùa reo trước gió.

"Rơi theo ngọn gió đến như đùa"

Dù rơi ngay xuống cội hay theo gió bay xa, hai lá vẫn quấn quýt bên nhau nối một khúc hoan ca xanh thắm. Rõ ràng là, dù sống một cuộc sống lẻ bạn, cô đơn, thi nhân không co rút vào bóng tối, không ôm riêng nỗi sầu triền miên băng giá, mà vẫn luôn hân hoan chúc phúc đến những đôi lứa khác, chia sẻ niềm vui của chân tình.

Vui cho ai có được một bạn đời thủy chung. Có nhau từ phút đầu đến phút cuối như cặp lá thông. Riêng ta, nửa đời lẻ bạn, con đường thủy chung đột ngột cắt đứt...

Đây, bài lục bát tình ca rưng tràn lệ nóng, nói lên niềm đau tận cùng của chia lìa, gãy đổ; nhưng trong nỗi đau rứt tâm can là một tấm chân tình, vừa trách móc vừa thương yêu bạn đời một cách dạt dào, da diết:

"Nâng ly kia đã cạn rồi
Mà không nói được một lời chia tay
Ngày mai trên trái đất này
Cùng chung nhật nguyệt, khác ngày lẫn đêm

Thì thôi dẫu nhớ hay quên
Cũng xin chẳng chắp lời nguyền thêm đau
Mai kia khi tóc bạc màu
Niềm riêng phong kín để sầu bay đi

Hỏi lòng muốn nói điều chi
Mà không thành tiếng để ghi tạc lòng
Mắt cay lệ ướt đôi dòng
Cầm tay cầm cả sắc không tiễn người

Người đi mang cả nụ cười
Bên thềm ngơ ngẩn một người mộng du
Mười năm tình bỗng thiên thu
Người đem lời hẹn phù du lên trời."

(Ký ức rời)

Nhịp lục bát rơi xuống, mỗi lời mỗi câu là từng vết dao cắt: *cạn lời, chia tay, khác ngày lẫn đêm, nhớ hay quên, lời nguyền thêm đau, khi tóc bạc màu, niềm riêng phong kín, để sầu bay đi, không thành tiếng, mắt cay, lệ ướt, sắc không, tiễn người, mang cả nụ cười, ngơ ngẩn, người mộng du, tình bỗng thiên thu, lời hẹn phù du...* Mỗi lời như tiếng nấc, hàng theo hàng, nối nhau rơi.

Tuyệt vời nhất ở câu *"Cầm tay cầm cả sắc không tiễn người."*

"Sắc-không" là một thuật ngữ Phật giáo diễn tả tính chất hư huyễn, bất thực của vạn sự vạn vật. Thi nhân cầm tay người quá cố mà cầm luôn cả sắc-không, tức muốn nói qua cuộc chia biệt này, cảm thấu được cả tính chất huyễn hóa của đời người như nắm bắt được một vật thể hữu hình. Cái khéo là dùng hình ảnh cụ thể của bàn tay nắm mà đề huề mang theo cả cái trừu tượng vô sắc, vô thanh. Cầm hữu thể mà cầm luôn cả vô thể.

Ở câu cuối, *"lời hẹn phù du"* nghe qua có vẻ như trách người không giữ lời hứa, nhưng không phải, đây là sự cảm thông cho điều hứa hẹn của người đã bị cơn gió vô thường mang đi. Anh và em, cuộc tình chúng ta, không ai lỗi với ai, nhưng biệt ly này là không thể cưỡng, vì cuộc mộng phù du sẽ vỡ tan bất cứ lúc nào... Tất cả sẽ qua đi. Còn chăng là sự chung tình.

Trên là tình khúc, và sau đây là bài thơ viết cho con gái, với thể ngũ ngôn, lời ngắn, ý dài:

"Vòng tay ôm của con
Yêu thương tròn của mẹ
Qua quãng đời chon von
Ta dìu nhau vui thế

Đường xa ta cùng đi
Con qua tuổi xuân thì
Bao la đời sẽ trải
Mẹ cười với vô vi."

(Bên nhau)

Hai mẹ con ôm nhau, tình quấn quýt gần gũi như hai chị em. Dìu nhau qua những hành trình lận đận, gian nan, nhưng vui – vì luôn có nhau, thương yêu nhau. Này con, đường phía trước còn dài, con sẽ đi qua như mẹ đã từng đi qua. Mẹ không cần phải dặn dò, cảnh báo con từng điều tỉ mỉ, bởi vì mẹ đã dạy con rất kỹ từ thuở con còn ấu thơ cho đến tuổi trưởng thành. Mẹ biết con thông minh, bản lĩnh, kiên cường. Mẹ tin con sẽ vượt qua. Mẹ tin con sẽ đạt được những gì con kiếm tìm.

Với song thân qua vài bài thơ, thi nhân phác vẽ hai nhân cách tài hoa, đức hạnh, đã nuôi lớn và dạy dỗ đàn con bằng "lòng chân thật"; đàn con cứ thế mà vươn mình lên với xã hội với ý chí và tài năng riêng. Sống nơi đâu, như thế nào, cũng giữ một chữ "Chân" trong lòng. Đây dường như là một cương lĩnh bất thành văn mà song thân truyền dạy cho con cái. Thi nhân đưa cương lĩnh ấy vào thơ, lời lẽ và ý tưởng khá ngộ nghĩnh: không nói cha mẹ sinh con, mà nói là "ban cho ngày sinh nhật":

"Cha mẹ ban cho ngày sinh nhật
Rồi tháng rồi năm cho trí khôn
Song thân sống với lòng chân thật
Đàn con mang đơn giản trong hồn

Cha về cõi khác khi nghèo khó
Mẹ sống thêm nhiều năm xót thương
Đàn con tan tác giờ xa ngõ
Sinh nhật còn trong mỗi dặm trường."

(Dặm trường)

Mỗi đứa con có một ngày sinh. Nhớ ngày sinh là nhớ cha mẹ. Ngày sinh đó sẽ đi theo mỗi đứa con qua từng dặm trường của cuộc tồn sinh, cho đến cuối đời.

Một bài thơ khác, nhà thơ đã nhắc đến tài hoa văn chương, hội họa của cha, chỉ vì lo việc cơm áo cho gia đình mà đành gác qua một bên. Thi nhân là người con gái có sự gắn kết đặc biệt với cha vì chính cha là người cắt rốn cho con trước khi cô mụ đến nhà. Con gái mơ ngày cha về hưu sẽ mang giá vẽ, bút cọ, màu sơn... lên đồi, xuống biển cho cha thi triển thiên chức. Nhưng rồi, thế cuộc lênh đênh dời đổi, cha phải vào vòng lao lý, rồi gia đình khánh kiệt; tất cả ước mơ tan theo mây khói.

Ngày người con gái sinh ra là một ngày mùa đông giá lạnh. Ngày người cha rời bỏ cuộc đời cũng thế. Lời ở đây, nói với cha, chân tình mộc mạc như con trẻ:

"...Ba ra đi cũng vào một sớm mùa đông rét buốt
Mà buổi trưa hôm trước con đã kịp về
Ba nằm mê man còn mang ống thở đến ngày thứ tư
Nhưng Ba cho chúng con hiểu Ba vẫn còn tri giác
Nước mắt Ba ứa ra
Khi con gọi bên tai: 'Ba ơi, con đây!'
Từ đó, Ba được giải thoát
Khỏi cuộc đời ô trọc
Nơi đó, Ba đâu cần gì nữa phải không Ba

Con luôn thương nhớ Ba
Con mãi yêu quý Ba
Người cha đã giấu tài hoa vào cơm áo."

(Nhớ Ba, nhớ tài hoa)

Cho đến hai mươi, ba mươi năm sau khi cha mất, thi nhân vẫn mang theo nỗi buồn nhớ:

"Con vẫn khóc bên mộ phần ly biệt
Tình cha con đọng mãi phía muôn trùng
Thời gian chạy như suối đời chảy xiết
Mà nỗi buồn ngày ấy cứ vô chung..."

(Muôn trùng)

Với mẹ già, thi nhân có bài thơ ngũ ngôn, niềm đau thương nén lại khi mẹ khuất núi. Thăm mẹ năm trước, mẹ hãy còn nói cười, ôm hôn. Năm sau đại dịch không về được thì mẹ qua đời. Từ phương ngoại lạy mẹ, cư tang. Năm ngoái đi chùa cài hoa hồng; năm nay đã cài hoa trắng. Hoa trắng như tang trắng, cài lên thân phận mồ côi. Mái nhà hơn nửa thế kỷ trước, có cha có mẹ, có bầy con quây quần êm ấm, giờ này thực sự lạnh lẽo, hắt hiu:

"Con về thăm lần cuối
Hoa hồng còn thắm tươi
Năm sau không về nữa
Hoa trắng trên ngực rồi
Tang trắng như lòng khóc
Đau thương này Me ơi
Mái nhà không còn mẹ
Hiu hắt chuyện bên đời."

(Hiu hắt)

Tình yêu gia đình khắng khít ấm nồng, tình yêu quê hương cũng vời vợi mang mang. Người con gái tóc xanh xứ Huế năm nao nay đã bạc đầu, lững thững bước chậm trên đường vắng, nơi những phương xứ xa xôi. Dù sống nơi đâu vẫn giữ nề nếp gia phong, vẫn không quên khói bếp quê nhà.

"Tôi bước ra khi tôi muốn đi
ngắm xem hoa nở buổi đương thì
Vàng mơ lá bạc mimosa nở
đưa mãi chân người tựa cổ thi

Đường vắng thêm thương về cố lý
Đất chật bao người đã một khi
chen nhau vai áo sờn không ngại
vẫn giữ thói lề tận biệt ly

Từ đó hai nơi thành xa quá
Đi đã xa mà ở cũng xa
Với tay chạm mãi vào thân ái
Nhớ bếp nhà xưa mắt lệ nhòa."

(Hai quê)

Xa nhà, không quên những con người khốn khó bất hạnh trên quê hương ấy. Tấm lòng nhân hậu trang trải đến những phận đời tăm tối, nhìn thấu từng con người với nỗi thống khổ triền miên, bất tận:

"Ta trải từ tâm vào đâu nhỉ
Thương cánh hoa phai, chiếc lá vàng?
Thương người bạc phận tìm hoan hỉ
Hay mái che nghèo hứng trọn mưa?

Ta thương em bé cầm vé số
rao bán điều may đến mọi người
Thương những cụ già không thể bước
đêm về lưng ngã xuống thềm hoang

Thương người mẹ khó bồng con nhỏ
ngơ ngẩn mai này con ra sao
Thương người tàn tật sau binh lửa
cửa nát nhà tan ôm phận hèn

Thương người không tóc ngày vật vã
giấc ngủ không tròn đêm ung thư
Tiền không cơm có nhờ nhân nghĩa
Còn đó quanh đây những tấm lòng

Còn nữa bao nhiêu người đang khóc
Bao phận người đau bao nát tan
Hãy thương hãy cứu đời theo cách
mà mỗi bàn tay một lá lành."

(Mỗi bàn tay)

Hơn bảy mươi năm đi qua cuộc đời, thi nhân đã sống trọn vẹn với chữ **Tình** bẩm sinh, và với chữ **Chân** hấp thụ từ cha mẹ. Vì vậy, tình yêu của thi nhân lúc nào cũng tròn, đầy. Có thể gọi đó là chung tình, là chân tình.

Nhưng điều gì đã giúp thi nhân kinh qua cuộc đời dâu bể với bao đau thương, khổ lụy để giữ được một tấm chân tình với gia đình, xã hội, quê hương? – Đọc sách, tư duy và buông bỏ.

"...Hãy nghiêng hồn cô quạnh
vào mỗi trang huyền thư
Đi con đường đã tạnh
không thấy nữa mây mù

Ngày lên là chương mới
Đêm về khép hư vô
Chỉ riêng điều chưa tới
mang nụ cười mơ hồ."

(Mỗi trang sách)

Nhờ đọc sách mà thấy rõ con đường. Nhưng trang sách ở đây không phải chỉ là những trang điển chương, mà còn là trang sách đời mà mỗi người do tư duy, suy nghiệm, có thể tự rút ra cho mình những bài học.

Con người thường hiếu động, lạc quan, hăng hái vươn tới tương lai bằng tất cả sinh lực tuổi trẻ, nếu vấp phải thất bại nào đó cũng đủ khả năng và thời gian để lập lại chương mới. Trong giai đoạn tuổi trẻ ấy, hiếm khi có cơ hội để tư duy và thức ngộ về lẽ vô thường. Thi nhân là người có cảm nhận rất sâu sắc về vô thường, suy biến; không biết tự lúc nào, có thể trễ nhất là lúc phải chia tay đột ngột với người bạn đời trong một tai nạn xe hơi mùa băng tuyết.

Rất nhiều bài thơ của thi nhân nêu bật tính cách bất định, ảo ảnh của cuộc đời. Bài sau đây là một điển hình:

"...Có gì đâu một sớm mai
Nắng chưa hửng đã kịp dài từ ly
Có gì trong một chớp mi
Mà môi cười nụ biết vì nhẹ buông

Về đi em, vẫn con đường
Cỏ hoa đơm ý, dặm trường dâng thơ
Về đi về đi giấc mơ
Hoàng hôn trải xuống một bờ tịnh yên."

(Một bờ tịnh yên)

Nhờ thức ngộ về vô thường mà có thể mỉm cười, buông nhẹ những phiền não, những bám chấp vào cuộc đời giả tạm để sống với tâm an lạc, tịnh yên.

Đây nữa, lời khẳng định của một tâm tư nắm vững vận hành của nhân-quả:

"Vui là đấy, khổ đau kề vai đấy
Giả hợp này, thôi gánh những niềm riêng
Trong hiu quạnh có điều chi chợt thấy
Ở đời sau ghi dấu cõi ngoan hiền."

(Cõi nào)

Biết rõ cuộc đời là giả hợp (vay mượn để tác thành) nên từng hành vi, lời nói, ý niệm đã được thu xếp trong một trình tự chân thiện, và nhờ vậy, thấy rõ đời sau chắc chắn sẽ gặt hái quả lành nơi một cõi an vui. Biết đời giả hợp, biết rõ vận hành của nhân-quả, có thể tạm gọi là người hiểu đạo.

Sự hiểu đạo của thi nhân, có vẻ như không nhờ nhiều ở kinh điển mà nhờ ở sự va chạm với những thăng trầm, khổ đau, bất như ý, để rồi bật lên sự sáng ngộ trong một thế giới ô trọc, vô minh.

Thơ Quy Hồng không dùng nhiều từ ngữ Phật giáo,

nhưng đầy chất Phật, là do nói lên được vẻ Chân, vẻ Thiện, vẻ Mỹ của cuộc đời.

"Không có tiếng kinh
trong lời thơ
mà nghe Chánh Pháp
đến không ngờ
Thấm câu
sắc ấy
là không đấy
Niệm lành
xin nhận
cuối trời mơ."

(Xin nhận niệm lành)

Một đời sống chân tình như thế, một tâm tư nhân hậu và thi vị như thế, trải dài trên những trang thơ, tưởng cũng quá đủ cho một hành trình.

Xin cảm ơn thi nhân, và xin trân trọng giới thiệu thi phẩm này đến bạn đọc.

California, ngày 09 tháng 12 năm 2025

Vĩnh Hảo

ÁNH SÁNG

Tôi đã thấy trong màu chiều sắp tối
Nắng trên cành thắp sáng một ngày vui
Hơi thở nín đất lành ngưng tiếng đập
Để đêm loang tràn giấc mộng ngủ vùi

Ngày vẫn nắng đêm vẫn còn ánh sáng
Không ngục tù nào khép lại trời sao
Tâm người thả đi những điều nứt rạn
Mới hay đời qua hết những lao đao.

(Canberra - Úc, 7. 2025)

BẬN RỘN

Khi bận rộn tâm không còn phiền não
Việc của ngày đâu để tận đêm thâu
Vui đấy chứ cỏ cây chờ người tưới
Trong khu vườn nghe gió cứ lao xao
Đem phơi áo chừng thơm mùi nắng mới
Xếp khăn vào dường thoảng chút hanh hao
Căn bếp nhỏ vẫn như đang chờ đợi
Ấm lên mùi gia vị dậy nôn nao...

(Canberra-Úc, sáng 23.9.2025)

BÊN ĐỜI

Nàng là yêu quái hay thiên thần
Có hề chi đâu phải bâng khuâng
Yêu nữ không đày anh bạc phận
Cô tiên không cứu nổi phàm nhân

Hãy sống như anh từng phải sống
Bên cạnh niềm vui có nỗi buồn
Thì yêu dầu chỉ là trong mộng
Bên đời hoa ngát vẫn thơm hương.

(Canberra - Úc, 20.9.2023)

BÊN HỒ

Từng chiếc lá cứ tròn như luân vũ
Tím nào in vừa phớt một màu mơ
Hồn hoa tưởng không còn năm tháng cũ
Bỗng trong chiều gặp lại tuổi ngây thơ.

(Sài Gòn, tháng 7.2022)

BÊN HOA

Chỉ nghe hương đâu biết là nguyệt quế
Bao lá xanh nâng những đóa hoa cười
Thơ rơi xuống một khối tình trắng nõn
Nắng bên trời nghiêng vội phía riêng tôi.

(Nha Trang, 30.6.2022)

BÊN NHAU

Vòng tay ôm của con
Yêu thương tròn của mẹ
Qua quãng đời chon von
Ta dìu nhau vui thế

Đường xa ta cùng đi
Con qua tuổi xuân thì
Bao la đời sẽ trải
Mẹ cười với vô vi.

(Canberra-Úc, 21.11.2024)

BIỂN CỦA ĐÔI BỜ

Sinh nhật, ta về nơi biển xa
Nghe đâu bốn bể cũng là nhà
Mà sao sóng vỗ muôn trùng quá
Mang cố hương vào tim thiết tha

Soi bóng thân mình trong bóng nước
Nhớ câu: mộng ấy đã thành mây
Vết chân trên cát nhòa sau, trước
Riêng những ngày thơ vẫn rất đầy

Sóng có trở về nơi biển cũ
Hãy là xanh thắm của đôi mươi
Khi tim chưa biết sầu lữ thứ
Để rặng thông reo với tiếng cười

Người đông giỡn sóng vui biển sáng
Ta mở lòng ra với đất trời
Xa khơi quê cũ chừng thấp thoáng
Vui lẫn buồn kia - vị của đời.

(Batemans Bay-Úc, 16.01.2021)

BIỂN MỘNG

Biển cứ muôn trùng biển cứ xanh
Xôn xao làn sóng mãi long lanh
Ô hay, trời biếc là gương thắm
Soi cả lòng ta giữa mộng lành.

(Canberra-Úc, 29.01.2022)

CẢM TÁC

"Un seul être vous manque, et tout est dépeuplé."

- Alphonse de Lamartine –

*Chỉ vắng một người thôi đấy nhỉ
Mà trần gian hóa cõi cô liêu!

*Ơi người đã xa
Lòng tôi trống quá
Cõi đời bao la
Thêm niềm khuất lạ.

*Thôi người đã khuất xa
Để lòng tôi quạnh quẽ
Cuộc sống bao người qua
Sao hoang vu là thế.

*Ô hay chỉ thiếu một người
Mà trong ta bỗng như đời vắng tanh.

(Canberra-Úc, 2023+2024)

CHẠM

Đừng chạm vào nhau chạm nỗi đau
Có ai gói được chuyện xưa sau
Tôi xin làm chiếc nơ xinh xắn
Gửi tặng nhân gian của địa cầu

Chạm vào phế tích bao kiêu bạc
Ngạo nghễ gươm thần bước ngựa oai
Chạm vào tượng múa chừng nghe nhạc
Chỉ còn rêu phủ khuất bi ai

Hỡi ôi oan khí còn như mới
Mà tạc sao đành thêm vết sâu
Trăng soi thiên cổ còn cao vợi
Chạm những hoài mong bắc nhịp cầu.

(Canberra - Úc, tháng 2.2025)

CHIA LÌA

Trăng vỡ rồi hồ khua sóng
ánh vàng loang trôi nơi đâu
Gió mang về như giấc mộng
tình trong veo buổi ban đầu

Chạm ân cần trong ánh bạc
lá rừng thầm thỉ điều chi
Trải ngọn đồi hoa thay sắc
Ôi chao nắng lụa kinh kỳ

Người bước đi người đã đi
Trăng ngả màu trên gối chiếc
Hoa sầu bi lá khép mi
Buông tay nhau là vĩnh biệt.

(Canberra -Úc, 03.01.2025,
để nhớ 20 năm đầu của thế kỷ 21)

CHIÊM BAO

Có một người
dậy muộn
đã trễ chuyến tàu
trong giấc mơ
đêm qua
Thức giấc trong khuya
mong
lên con tàu ấy
Chìm sâu rồi
đâu nữa
giấc chiêm bao.

(Canberra-Úc, 06.8.2024)

CHO ĐẾN BAN MAI

Có ai xây lâu đài trên cát
mà mong bền lâu
Chỉ là nghe sóng hát
từ xa
rồi nhẹ vỗ vào bờ
cuốn trôi thành quách

Có ai thương ai
cho đến tàn phai
Cho đến ban mai
của quỳnh hoa.

(Sài Gòn, 23.4.2024)

CHỐN XƯA

Những hờn giận ta xóa rồi rất chóng
Hương thương yêu còn quấn quýt trong lòng
Đời trải mộng lên những ngày vui sống
Nắng quê nhà rắc ấm buổi chờ mong.

(Canberra-Úc, 08.7.2021)

CHỮ

Bàn tay nào dệt mộng
Buổi xuân thì chứa chan
Con đường thêu gió lộng
Đâu thấy chữ hoang tàn

Bàn tay nào cầm phấn
Cho bảng đen sắc màu
Cho chữ tròn học vấn
Xuống vở người tiếp nhau

Bàn tay nào khô héo
Mang thời gian đi theo
Mang bài thơ thiếu chữ
Đưa theo lá bay vèo.

(Canberra-Úc, trưa 05.10.2025)

CÕI NÀO

Khi gặp nỗi ngậm ngùi ta dừng lại
Bóng đen nào rơi xuống một niềm đau
Không đứng nữa bên dốc cầu tê tái
Để tâm hồn tắm gội những mưa mau

Sao thế nhỉ, hình như là định mệnh
Trải rất hồng lên những tháng năm vui
Những hát vang kia và những tiếng cười
Mang tất cả long lanh vào nhân thế!

Sao thế nhỉ, hình như là cái chết
Rất âm thầm nhưng rớt xuống thật nhanh
Thân trả bóng cho phận đời đã hết
Hỡi thân yêu bao đau đớn cũng đành!

Vui là đấy, khổ đau kề vai đấy
Giả hợp này, thôi gánh những niềm riêng
Trong hiu quạnh có điều chi chợt thấy
Ở đời sau ghi dấu cõi ngoan hiền.

(Canberra-Úc, 09-10/02/2023)

CON ĐƯỜNG MÙA XUÂN

Mimosa thắm mọi đường
Mùa xuân vàng ấy dâng hương tặng người
Tôi yêu lắm phố phường vui
Hoa kia chẳng nở vì đời hay sao

Tâm hồn theo nắng lên cao
Bài thơ theo một lời chào mà reo
Con thuyền mơ gác mái chèo
Dòng sông gió đẩy đám bèo lướt qua

Đông âm u khép mù lòa
Kìa hồng đào nở hiền hòa mùa xanh.

(Canberra-Úc, 20.10.2023)

DẶM TRƯỜNG

Cha mẹ ban cho ngày sinh nhật
Rồi tháng rồi năm cho trí khôn
Song thân sống với lòng chân thật
Đàn con mang đơn giản trong hồn

Cha về cõi khác khi nghèo khó
Mẹ sống thêm nhiều năm xót thương
Đàn con tan tác giờ xa ngõ
Sinh nhật còn trong mỗi dặm trường.

(Canberra-Úc, 25.6.2023)

ĐÁNH THỨC

Hãy đánh thức cho bình minh dậy sớm
Cơn mê chiều ngủ thiếp với màn đêm
Mảnh trăng khuyết đang treo màu nắng chớm
Cho ngày hồng chạm khẽ một bờ êm.

(Sài Gòn, 07.4.2024)

DẠO BƯỚC

Khi thử làm lữ khách
Con đường sao mà vui
Như trẻ con tọc mạch
Đâu thấy những ngậm ngùi

Những dòng người xuôi ngược
Sẽ đi đâu, về đâu
Bao nhiêu điều mất - được
Rồi như nước qua cầu

Về yêu điều giản dị
Yêu cả đến và đi
Có đường xưa trải bước
Đôi chân chẳng ngại gì.

(Sài Gòn, 23.7.2022)

DẠO CHƠI

Đá trải công viên chờ ai bước
Hoa cười trong nắng đợi người sang
Kìa dăm thiếu phụ đang cười nói
Kể chuyện ngày xưa quá rộn ràng

Nếu có gom về trong trí nhớ
Mai sau xin đọng bóng hôm nay
Những nàng thiếu nữ thanh xuân ấy
Đã lót thời gian đến cõi này.

(Canberra-Úc, 19.9.2023)

ĐẬU XUỐNG BỜ VUI

Chở thương yêu trong từng đôi cánh
Hải âu ngoan đậu xuống bờ vui
Sóng có chao đi niềm cô quạnh
Biển vẫn xanh in bóng một người.

(Batemans Bay-Úc, 15.01.2023)

ĐIỆP KHÚC XANH

Không thể lìa nhau, không thể xa
Rơi theo ngọn gió đến như đùa
Trước và sau chỉ là không dứt
Xa cành xanh vẫn thắm như xưa

Bên cội thông già hai lá nhỏ
Có nhau như lúc đậu trên cành
Lắng nghe êm ái từ biển hát
Ta nối đời vui điệp khúc xanh.

(Canberra-Úc, 16.5.2023)

DỊU DÀNG ƠI

Dịu dàng ơi dịu dàng tôi
Đọc vần thơ cũ những lời reo vui
Phải chăng nghe được tiếng cười
Vang trong phòng vắng làm tươi căn nhà
Còn chăng nghe được khúc ca
Giản đơn như buổi chan hòa xướng âm
Phải chăng thơ vẫn âm thầm
Tiễn đưa ngày cũ trong mầm buồn vui
Dịu dàng ơi dịu dàng thôi
Còn nghe năm tháng bồi hồi nhớ nhau.

(Canberra-Úc, 27.6.2023)

GIÁ NHƯ

Hai đứa mình đã đẹp đôi như thế
Sao lại là đôi ngả chẳng đi chung
Anh đã biết nỗi buồn khi cô lẻ
Sao anh đi mà không rủ em cùng?

Em cũng chẳng biết mình sai hay đúng
Khi giận hờn trách móc một người đi
"Anh đã bỏ nơi này, hay quá nhỉ
Để mình em lạc lõng đến vô cùng!"

Nếu cái chết đẹp hơn thì em đã ...
Hai đứa mình khi chết cũng đi chung.

(Lowell, MA - Chiều chủ nhật, 10.4.2005)

GIAO MÙA

Hạ đã về đây trong dáng xuân
Hồng nhung mấy đóa vẫn trong ngần
Mùa đi để đón từng hương mới
Cho tháng năm tròn theo bước chân.

(Canberra-Úc, 10.2.2022)

GIỮ LẠI

Một nụ cười tươi sau giấc ban trưa
Một đóa hoa thôi có nói cũng thừa
Long lanh long lanh như tình mới chớm
Mong manh mong manh như là xa xưa

Hãy nhẹ bước đi như từ cổ tích
Hãy trở về khi chẳng mất dấu hài
Và giữ môi cười trong lòng tĩnh mịch
Em thấy không vàng đá vẫn chưa phai.

(Canberra-Úc, 06.5.2022)

GIỮA CHỐN ĐÔNG NGƯỜI

Tìm đâu bàn tay dẫn lối
đưa qua phố xá rộn ràng
Anh ơi đời em bóng tối
từ anh nhẹ bước thênh thang.

(Boston-MA, tháng 01.2005)

GỬI LẠI

Tự thân chuốc lấy không than thở
Tự chữa lỗi lầm tự thấy vui
Người tự ngàn xưa ai hoàn hảo
Một thoáng phù du gửi lại đời.

(Sydney-Úc, 09.8.2025)

HAI QUÊ

Tôi bước ra khi tôi muốn đi
ngắm xem hoa nở buổi đương thì
Vàng mơ lá bạc mimosa nở
đưa mãi chân người tựa cổ thi

Đường vắng thêm thương về cố lý
Đất chật bao người đã một khi
chen nhau vai áo sờn không ngại
vẫn giữ thói lề tận biệt ly

Từ đó hai nơi thành xa quá
Đi đã xa mà ở cũng xa
Với tay chạm mãi vào thân ái
Nhớ bếp nhà xưa mắt lệ nhòa.

(Canberra-Úc, tối 27.8.2025)

HẠNH PHÚC

- Tặng những ai thấy đời màu hồng -

Em thân yêu hãy cầm lấy tay anh
Con đường mây em đã bay vạn dặm
Cánh chim mỏng manh bây giờ đã lạnh
Hãy cùng anh bỏ lại nẻo xa xăm

Bó hoa hồng đỏ thắm với tình anh
Em hãy nhận để yêu ngày hội ngộ
Anh là cây cầu bắc qua giông tố
Em bước lên chào hạnh phúc không ngờ

Mở cánh cửa này anh đón em lên
Hãy ngồi bên anh đến hết cuộc đời
Ngựa xe bên ngoài cùng ta lăn bánh
Anh ngắm nụ cười sao quá long lanh

Mở cánh cửa này, sân trước đây em
Mấy cây thông con một bụi hoa hường
Anh chăm cho xanh anh chăm cho thắm
Để bây giờ yêu quá một mùi hương

Mở cánh cửa này, em hãy mở đi
Chìa khóa anh trao, trao cả cuộc đời
Nụ hôn này trao cho ngày rất mới
Mời em bước vào như lễ vu quy.

(Canberra-Úc, 25.4.2022
Để nhớ Boston năm ấy - 2004)

HIỂU

Đã biết mình lầm lỗi
Sao chẳng nói lời xin
Đường trần muôn vạn lối
Làm sao quay lại tìm

Đã biết điều phai nhạt
Sao mang giấc mơ buồn
Phôi pha là câu hát
Bay vào sợi mưa tuôn

Đã biết đời rất ngắn
Sao không hiểu ngày vui
Dường như trong tĩnh lặng
An nhiên hóa nụ cười.

(Canberra-Úc, 09.6.2025)

HÌNH VÀ BÓNG

Loay hoay với một ngày
Thời gian trôi đâu mất
Gom bao kỷ niệm này
Để về thời đã khuất

Ôi những người tôi yêu
Tóc xanh dày một thuở
Thương những dáng yêu kiều
Những vóc hình mạnh mẽ

Đến bên tôi là thế
Hỡi những người yêu tôi
Cõi xa nào rơi lệ
Cho mỗi một đoạn đời

Mỗi hình trên tay giữ
Từng ảnh mắt còn nương
Bóng xuân theo ngày cũ
Ngày mới chạm vô thường.

(Canberra-Úc, 03.8.2024)

HIU HẮT

Con về thăm lần cuối
Hoa hồng còn thắm tươi
Năm sau không về nữa
Hoa trắng trên ngực rồi

Tang trắng như lòng khóc
Đau thương này Me ơi
Mái nhà không còn mẹ
Hiu hắt chuyện bên đời.

(Sài Gòn, 12.6.2022)

HOA TRẮNG

Hai hoa trắng song đôi
Gợi ngày xưa yêu dấu
Tình kia cao vời vợi
Trong khúc nhạc mơ đầu

Tình đi như nắng đi
Bóng trưa còn in lụa
Khung trời dấu thiên di
Hoàng hôn chưa khép cửa

Mang tình ta đi đâu
Hỡi người nơi cõi hạnh
Đã không còn niềm đau
Vẫn nghe lòng cô quạnh.

(Canberra-Úc, 14.10.2023)

HOA

Trà mi trăm đóa vui vườn vắng
Đơn sắc đượm màu trong nắng mai
Hồng lên một thuở trời rực sáng
Xanh đến mai sau lá kết đài
Hương tự ngàn xưa còn dấu lặng
Tình theo năm tháng thoảng mơ phai
Hoa tự ngàn xưa trời quý tặng
Cõi người đã biết đẹp vì ai.

(Canberra-Úc, 07.9.2025)

HỎI - ĐÁP

Không chỉ gió mà mây kia cũng hiểu
Đến và đi là lẽ của đất trời
(Không như gió đã có thời ảo tưởng
Thổi bùng lên sẽ quét hết địa cầu)

Khi tôi hỏi: có ngừng không, cơn lốc
Thầy tôi ôn tồn: lúc lòng người yên
Ôi câu hỏi không khi nào lặp lại
Câu trả lời theo mãi một đời riêng.

(Canberra-Úc, 08.10.2024)

HỮU HẠN

Ngàn hoa khép cánh không vui nữa
Đã biết trần gian lắm nỗi niềm
Hương sẽ là hương trong trí nhớ
Sắc còn trong mắt của miền riêng

Mây vẫn là mây không cất tiếng
Mà chở mênh mông của đất trời
Chở bao mơ ước bao nhắn gởi
Cả tháng ngày trôi của một đời.

(Canberra-Úc, sáng 18.9.2025)

KHOẢNG CUỐI

Bay nghiêng
    những sợi mưa buồn
Gió tê tái quá
    như luồn niềm đau
Ngừng lại đi
    đừng khổ nhau
Gió theo đường gió
    mưa mau tạnh niềm
Em là ai giữa ưu phiền
Trần gian là mộng
Như nhiên là hồn
Xin bước lên những giận hờn
Chỉ còn nhã nhạc
    cuối đường mang theo.

(Canberra-Úc, 14.10.2022)

KHÔNG ĐẮNG CAY

Em đừng uống đắng
Tách cà phê buổi sáng
thêm chút sữa ngọt bùi
Ra sân đi em
Nhấp hương vị thơm tho
trong nắng reo vui
Vườn xanh thoáng cười

Đừng ăn cay nghe em
Chỉ một chút
Ớt tỏi chanh đường
mang vị quê hương

Cười đi
Em không thiếu gì cả

Mà thiếu nụ cười
đâu phải là em!

(Canberra-Úc, 17.10.2023)

KHÔNG TRỞ VỀ

Là khi con lạch nhỏ
thản nhiên dòng nước trôi
vào biển xanh đâu đó
mặc cho gió ru đời

Là khi đời quá vội
Không giữ được bình yên
Không ai nhìn thấy lỗi
nên trả lại ưu phiền

Là khi ưu phiền hết
Nắng trên đồi lại trong
Hoàng hôn vui nhịp tết
Sao mai sáng ngập lòng.

(Nha Trang, 23.01.2024)

KHÔNG TƯỞNG

Nắng chói lòa thản nhiên không biết đến
Cơn mưa chiều giông tố của hôm qua
Nghiêng nửa dáng trăm năm đành không hẹn
Bóng âm thầm đêm mất cả trời xa

Như hạnh phúc không phải là tất cả
Cây nhân sinh trái ngọt chẳng miên trường
Mưa gom nắng của bao ngày êm ả
Mà tâm hồn không thấm đượm như sương

Hình như thế, có một điều không tưởng
Mưa đá kia tàn phá đến không ngờ
Những cánh chim về đâu trong vất vưởng
Cái chết thành dự báo của trời mơ.

(Canberra-Úc, 28.11.2022
Viết cho cơn mưa đá bất ngờ rơi xuống,
chiều ngày 27.11.2022)

KHÔNG

Giọt nước vô tình hay hữu ý
Rơi xuống bàn tay chạm nỗi buồn
Cành sương trĩu sáng ngưng thiền vị
Không cả bóng mờ in cố hương.

(Canberra-Úc, 15.4.2025)

KHU RỪNG

Chỉ một chiếc hài
làm nên công chúa
Bàn chân ai dài
không qua đôi lứa

Lâu đài cổ tích
trải đầy ước mơ
Khu rừng cổ tích
rải nhiều vần thơ

Khi về ngang đó
mộng tràn đời nhau
Yêu chi sóng gió
tình nhẹ phai màu

Không còn truyện cổ
êm như bài thơ
Chỉ còn thoáng nhớ
trong cõi mơ hồ.

(Canberra-Úc, 07.9.2024)

KHÚC THU

Mùa thu hoa cúc vàng lên áo
Nắng cũng vàng theo bao tháng năm
Lòng ai mềm xuống như tiếng sáo
Ngân khúc Trương Chi thuở nguyệt rằm.

(Canberra-Úc, 25.4.2025)

KỶ NIỆM VỀ MỘT BÀI THƠ

Có một kỷ niệm đã theo tôi nửa thế kỷ, một kỷ niệm sâu sắc đến nỗi bây giờ khi hồi tưởng tôi vẫn nhớ như in ngày ấy - ngày tôi được nhắc nhở về bài thơ làm theo thể 4 chữ của tôi. Vâng, bài thơ viết theo thể bốn chữ.

Niên khóa 1968 - 1969, lớp nữ sinh đệ nhất C chúng tôi được chuyển từ trường Nữ Trung Học sang trường Võ Tánh - vốn là trường nam sinh, vì lý do Nữ Trung Học không đủ giáo sư của các môn học cho năm đệ nhất. Qua cái thời kỳ bỡ ngỡ thẹn thùng lúc ban đầu, chúng tôi thi đua học hành cùng các bạn nam sinh cùng lớp, ai cũng muốn cuối năm sẽ có được tấm bằng tú tài toàn. Trừ những giờ học sinh ngữ phải chia thành hai lớp - Anh văn và Pháp văn, lớp học luôn đông vui, sôi động nhất là vào những giờ học môn Triết. Chúng tôi học Siêu hình học với cô Công Tằng Tôn Nữ Tri Chỉ và Tâm lý học với thầy Ngô Đức Diễm. Chính thầy Ngô Đức Diễm cùng hợp lực với thầy Lê Thế Nhiếp (dạy môn Vạn vật) là những người gây dựng ban văn nghệ của lớp, và thầy Diễm cũng là người đôn đốc chúng tôi làm báo để có nội san kỷ niệm vào cuối năm. Tôi cũng không quên thầy Nguyễn Văn Thuộc đã góp sức trong những buổi tập văn nghệ năm ấy. Thầy là người đã soạn bè hai bản hợp ca cho nhóm văn nghệ Nhất C-1969: "Xuân Ca"- Phạm Duy và "Xuân Đã Về" - Minh Kỳ. Bên cạnh đó còn có bản song ca Hoa Bướm Ngày Xưa của nhạc sĩ Nguyễn Hiền, trình bày bởi Quy Hồng & Anh Loan - do thầy Nhiếp soạn bè.

Chúng tôi đã hát vang với sự hăng hái xen lẫn hồi hộp vì tập làm quen sân khấu - dù chỉ là sân khấu dã chiến tại Quân Y Viện Nguyễn Huệ vào một tối tất niên gần tết. Thầy Thuộc và thầy Diễm cùng bạn Anh Loan đã cùng diễn một vở hài kịch sôi động, mang được tiếng cười đến cho những thương bệnh binh đang phải chịu cái tết xa nhà.

Gần đến cuối năm học, không khí càng như bị khuấy động khi mà các thầy cô vừa lo giảng bài mới vừa ôn bài cũ cho chúng tôi. Bên cạnh đó, các bạn trong ban biên tập nội san cũng lo thuyết phục, hối thúc mọi người góp bài vở. Đó không phải là điều dễ dàng cho các bạn khi gặp một số phản ứng kiểu như: "Trời, thi cử tới nơi không lo ...!" Tôi không nằm trong số phản đối nhưng thuộc loại lười, có được ngỏ lời thì mới ra tay. Thế là tôi đã góp hai bài thơ và cả hai bài đều có mặt trong nội san Nhất C-1969.

Khi nhớ lại việc của nửa thế kỷ trước, phải nói là tôi

khâm phục các bạn nam sinh ngày ấy quá. Các bạn đã bỏ ra bao nhiêu thời gian và công sức để thâu thập bài vở, viết bài và biên tập, vẽ tranh rồi in ấn, đóng tập sao cho ra cuốn nội san trang nhã về hình thức và thu hút về nội dung. Các bạn không vì thế mà xao nhãng việc học, có bạn sau đó đã du học (bạn Nguyễn Minh Thành, du học Nhật Bản).

Gần đến ngày cuối năm, nội san Nhất C được phát hành với nét mặt hân hoan của các bạn phụ trách khi giao tận tay từng người đã ghi tên và đóng tiền ủng hộ. Tôi vui mừng nhận cuốn của mình trong giờ ra chơi, chộn rộn hơn bao giờ hết. Khi xếp hàng để vào lớp, chúng tôi đã kịp lật nhìn sơ qua cuốn nội san, thật dễ thương với những trang pelure xanh hoặc hồng nằm chèn vào mỗi trang minh họa. Sau này tôi mới biết cách chèn như vậy là để tránh cho mỗi tranh minh họa khỏi bị chữ của trang trước lem vào.

Vừa vào lớp trong khi chờ thầy cô, tôi ngồi xuống mà vẫn lật nội san để ngắm dung nhan bài của mình trong ấy, thì cô bạn ngồi kế bên lôi cuốn của bạn ấy từ trong cặp ra, và nói một cách dõng dạc: "Tui ghét bài thơ này của bồ lắm!" Hơi bất ngờ, tôi làm thinh chờ bạn nói tiếp. Bạn ấy chỉ vào bài thơ của tôi, viết theo thể 4 chữ mỗi câu - bài NGÀY NẮNG CHO EM. Lúc ấy tôi mới đủ bình tĩnh để hỏi bạn: "Tại sao vậy?" Bạn gằn giọng như đã bực bội sẵn rồi, đến lúc ấy mới có dịp tỏ sự không ưa ra: "Thơ thì phải lục bát, bảy chữ, tám chữ, chớ ai mà cụt ngủn bốn chữ như vầy!" Tôi chỉ cười không trả lời, trong bụng nghĩ: "À, thì mình cũng có bài tám chữ đấy thôi!" Bài thơ tám chữ của tôi có tựa đề TRONG CƠN MƯA CHIỀU, tôi nghĩ có thể bạn sẽ về nhà đọc. Về sau cũng không nghe bạn khen chê thế nào. Ngày vui qua mau. Chúng tôi lao vào việc học để thi cử.

Cho đến tận hôm nay, nửa thế kỷ đã trôi qua, tôi điểm lại thì đó là bài thơ bốn chữ duy nhất mà tôi làm. Có phải vì ngay lần đầu sáng tác thể thơ ấy đã có người phản ứng rồi chăng? Hay vì sau đó tâm tư mình không còn trong trẻo nữa như khi bất chợt đi ngang công viên nhỏ trên đường đi học về, thấy vạt nắng vàng trên cỏ xanh mà bật ra hai khổ thơ đầu, tối đến ghi tiếp hai khổ sau trước khi tắt đèn đi vào giấc ngủ không mộng mị? Chỉ biết là sau này mỗi khi quá đau buồn, trong đầu tôi lại tuôn ra những câu thơ thường là tám chữ.

Và đây là bài thơ viết theo thể bốn chữ của tôi ngày ấy:

NGÀY NẮNG CHO EM

Nắng thật là hồng
Vẽ tranh lên cửa
Em tỉnh giấc nồng
Biết trời không mưa

Nắng trắng buổi trưa
Em về trong ngõ
Gọi giàn hoa xưa
Của ngày thơ nhỏ

Nắng vàng trên cỏ
Buổi chiều qua đi
Em ngồi nơi đó
Gió đùa trên mi

Đêm thật là kỹ
Khóa cửa nhung đen
Nên trong mộng mị
Em thắp sáng đèn.

(Nha Trang, 1969)

KÝ ỨC RỜI

Nâng ly kia đã cạn rồi
Mà không nói được một lời chia tay
Ngày mai trên trái đất này
Cùng chung nhật nguyệt, khác ngày lẫn đêm

Thì thôi dẫu nhớ hay quên
Cũng xin chẳng chấp lời nguyền thêm đau
Mai kia khi tóc bạc màu
Niềm riêng phong kín để sầu bay đi

Hỏi lòng muốn nói điều chi
Mà không thành tiếng để ghi tạc lòng
Mắt cay lệ ướt đôi dòng
Cầm tay cầm cả sắc không tiễn người

Người đi mang cả nụ cười
Bên thềm ngơ ngẩn một người mộng du
Mười năm tình bỗng thiên thu
Người đem lời hẹn phù du lên trời.

(Canberra-Úc, 02.6.2021)

LÒNG BIỂN. LÒNG NGƯỜI

Lòng biển ấy có bao điều bí mật
Có thành quách xưa quá đỗi huy hoàng
Những xác tàu và bao người cùng chết
Trôi dạt khi lòng vừa kịp hoang mang

Những cá tôm cua hay loài bạch tuộc
Nhởn nhơ hoài trong làn nước mênh mông
Đâu cần hiểu vì sao loài người xuống
Nằm mãi thềm sâu như chẳng bận lòng

Loài sứa trong veo va vào người tắm
Đám rong lăn tròn như thêm nỗi vui
Những con sóng về từ xa vạn dặm
Đâu hiểu vì sao người mãi ngậm ngùi.

(Canberra-Úc, 13.7.2025)

LONG LANH

Ôi những hờn kia với làm lành
Như làn nước mát tưới cây xanh
Tình rót pha lê từng cánh lá
Đất hiền nghe thấm giọt long lanh

Hãy yêu như hướng dương đón nắng
Hỡi em rất trẻ với tim ngoan
Sẽ có một ngày em thấy vắng
Còn đó niềm riêng vẫn rỡ ràng.

(Canberra-Úc, 16.7.2023)

MÀU CỦA LÁ

Em không là hoa em là lá
Lung linh long lanh vùng sân chiều
Nắng vàng trong vắt viền kẽ sáng
Xuân xanh ngày xanh cho thương yêu

Em là hoa em mang màu cho lá
Sắc tím mơ màng như câu thơ
Nắng len trong mỗi cành nhung nhớ
Trời rất xanh nghiêng một góc chờ.

(Batemans Bay-Úc, 07.12.2024)

MÀU TRĂM NĂM

Màu hoa này, màu áo này
Có phai trong những tháng ngày không nhau?
Chẳng gì vui đến ngàn sau
Thì xin còn đọng
một màu trăm năm.

(Sài Gòn - Nha Trang, 24. 01.2024
Trên chuyến tàu về quê ăn tết muộn)

MÂY BAY

Chẳng hồng nhan cũng không tri kỷ
Nâng bút, tay ghi xuống nét đời
Tiếng ai cười nói còn dư vị
Trần gian góp lại, vẽ xuân vui

Vân tưởng y thường hoa tưởng dung (*)
Hôm nao ai khoác áo lên đường
Có người năm cũ mơ dáng cũ
Đâu hiểu hoa đà phai dấu sương

Thì thôi giữ nhé hồn thi sĩ
Áo mỏng như mây về một phương
Hoa vẫn là hoa trong mộng mị
Ngày sau thơ gởi lại vô thường.

(Canberra-Úc, 29.4.2023)

(*): Câu đầu trong bài Thanh Bình 1 của Lý Bạch

MƠ PHAI

Hương có là hương cũ
Ngày từng ngày qua mau
Nỗi đau như mưa lũ
Theo nước chảy qua cầu

Nơi trời xanh nắng chói
Mây che khuất niềm đau
Tìm nhau lời chưa nói
Tai ương vỡ tinh cầu

Đêm vẫn là đêm tối
Mộng xưa còn đầy không
Hồn hoa vương trên lối
Tinh hoa vào mênh mông

Dấu xưa phai hương cũ
Thời gian không ngừng trôi
Chiêm bao hoài giấc ngủ
Chẳng thấy nhau trong đời.

(Canberra-Úc, 20.7.2021)

MỖI BÀN TAY

Ta trải từ tâm vào đâu nhỉ
Thương cánh hoa phai, chiếc lá vàng?
Thương người bạc phận tìm hoan hỉ
Hay mái che nghèo hứng trọn mưa?

Ta thương em bé cầm vé số
rao bán điều may đến mọi người
Thương những cụ già không thể bước
đêm về lưng ngã xuống thềm hoang

Thương người mẹ khó bồng con nhỏ
ngơ ngẩn mai này con ra sao
Thương người tàn tật sau binh lửa
cửa nát nhà tan ôm phận hèn

Thương người không tóc ngày vật vã
giấc ngủ không tròn đêm ung thư
Tiền không cơm có nhờ nhân nghĩa
Còn đó quanh đây những tấm lòng

Còn nữa bao nhiêu người đang khóc
Bao phận người đau bao nát tan
Hãy thương hãy cứu đời theo cách
mà mỗi bàn tay một lá lành.

(Canberra-Úc, 15.11.2024)

*Thân quý tặng các bạn cựu sinh viên Thụ Nhân - Viện Đại học Đà Lạt, và cũng xin được tặng những ai đã, đang và sẽ tiếp tục việc thiện nguyện cao đẹp.

MỖI TRANG SÁCH

Nhớ chi ngày u ám
Tiếc chi ngày lạnh căm
Nỗi buồn như mây xám
bay ngang trời xa xăm

Hãy nghiêng hồn cô quạnh
vào mỗi trang huyền thư
Đi con đường đã tạnh
không thấy nữa mây mù

Ngày lên là chương mới
Đêm về khép hư vô
Chỉ riêng điều chưa tới
mang nụ cười mơ hồ.

(Canberra-Úc, 04.4.2025)

MỘNG

Một chút mơ hồ một chút thơ
Ô hay cánh mộng chở đôi bờ
Hạc vàng bay khuất không tìm lối
Ai người theo dấu trở về mơ?

Canberra-Úc, 07.3.2024
(cảm tác nhân đọc bài thơ "Tái sinh" của thi sĩ Phạm Quang Trung)

MỘT THỜI

Sao em có thể là không thể
Tay nắm tay anh cuối cuộc đời
Sao anh có thể đi như thế
Thiên đàng địa ngục quá xa xôi

Em sống nơi đây với nụ cười
Sau ngày tang trắng xóa xuân tươi
Mười năm sau đó không còn lệ
Mà tháng năm trôi đậm lẽ đời

Sao em có thể còn nghi hoặc
Một cõi anh về mây trắng phai
Đã xa nhau quá xa thêm nữa
Nguyện chúc anh nương chốn Phật đài.

(Canberra-Úc, 23.3.2025)

MỘT BỜ TỊNH YÊN

Chân quen lối cũ bước về
Hồn không quen nữa bốn bề trống không
Ôm thêm chút nhớ bên lòng
Thương thêm một nụ hoa hồng chưa phai

Có gì đâu một sớm mai
Nắng chưa hửng đã kịp dài từ ly
Có gì trong một chớp mi
Mà môi cười nụ biết vì nhẹ buông

Về đi em, vẫn con đường
Cỏ hoa đơm ý, dặm trường dâng thơ
Về đi về đi giấc mơ
Hoàng hôn trải xuống một bờ tịnh yên.

(Canberra-Úc, 25.02.2023)

MỘT BỨC TRANH

Con nai nhỏ ngoan hiền ngơ ngác ngắm
Hoa và hoa e lệ dưới chân mình
Màu của cỏ. Không thể xanh hơn thế
Hoa trắng nơi này. Hồng ở nơi kia

Ơi sắc tím mênh mông màu lãng mạn
Phía chân trời gờn gợn một chân mây
Nắng trong veo. Ngọn đồi không tiếng động
Trái tim này nghe nhịp của reo vui.

(Canberra-Úc, 18.9.2024)

MÙA CƯỚI

Này em mùa xuân không vội
Lụa là nắng trải hoa lơi
Bướm đâu điểm màu bay lượn
Lá non che một nụ cười

Này em hạ về trước ngõ
Giàn bông giấy đỏ lưng trời
Có đôi chim về với mộng
Tha tình vào cõi mênh mông

Này em thu in vào lá
Màu trầm rơi xuống cội khô
Sợi sương xuyên cành bỗng lạ
Mùa thơm dậy ngọt tình cờ

Này em rộn ràng đông tới
Có cô gái ướm màu tơ
Lung linh rượu đào ai nhấp
Ô hay đám cưới đang chờ.

(Sài Gòn, 07.5.2024)

MƯA NẮNG CỦA VÔ NGÔN

Sau làn kiếng
có một điều như mới
Thời gian về
thêu những vết chân chim
Không còn nữa
những lần đầu bối rối
Chỉ nụ cười
đã nhạt
bóng lung linh
Hẳn không phải
niềm vui ngày một lớn
Vì hôm qua
là bạn của hôm nay
Rồi ngày mai
ghé bên thềm
Từ tốn
Tỏa xuống đời
mưa nắng
của vô ngôn.

(Canberra-Úc, 26.6.2025)

MÙA THEO NĂM THÁNG

Đông không mang hết
lá thu
vàng
Tình không ôm hết
trái tim
nàng

Xuân không mang hết
bao hoa
hồng
Yêu không ôm hết
bao vị
nồng

Hạ không mang hết
phượng đỏ
buồn
Nhớ không ôm hết
mơ mòng
thương

Thu không mang hết
màu thơ
vàng, đỏ
Và tan vào gió đông.

(Canberra-Úc, 07.9.2022)

MÙA TRONG AI

Mùa xuân mùa xuân xôn xao
Em ơi áo mới mang vào
Đỏ như đóa hồng trong nắng
Tỏa mùi hương vui bay cao

Mùa vui mùa vui trong ai
Áo xanh thắm con đường dài
Đôi chân bước về quê cũ
Môi cười hình ảnh không phai.

Canberra-Úc,17.02.2025
(Khi lòng người rộn rã, hình như là mùa xuân.)

MÙA XUÂN KHÁC

Đã bao mùa xuân qua
Nhịp đời trôi hối hả
Trăng soi miền đất lạ
Sáng đẫm cánh đêm dài

Những mùa xuân khép cửa
Bếp lửa lạnh tro tàn
Ba không còn chọn lựa
Nhớ đàn con ly tan

Me ngồi vui sum họp
Lễ lạc cháu về đông
Mắt nhòe câu tan hợp
Ngậm ngùi nỗi thương chồng

Xuân qua rồi qua mãi
Chuyện có đã về không
Nhịp đời trôi chậm lại
Mặt trời soi tấm lòng.

(Canberra-Úc, 01.9.2025)

MUÔN TRÙNG

Con vẫn khóc bên mộ phần ly biệt
Tình cha con đọng mãi phía muôn trùng
Thời gian chạy như suối đời chảy xiết
Mà nỗi buồn ngày ấy cứ vô chung…

(Nha Trang, 14.12.2023)

NGẮN NGỦI

Tôi vội vàng đi vội vàng đến
Vội vàng vui và vội vàng quên
Đường đi ngắn quá làm sao nhớ
Chẳng nợ gì ai một chữ ngờ.

(Sydney-Úc, 09.8.2025)

NGÀY ÂM U

Những hàng cây câm nín
Những đóa sầu hoa im
Gió đi đâu mà vắng
Nắng còn mãi đi tìm

Những chói lòa cất giữ
Sau màn mây - trời xanh
Những con tim ấp ủ
Một thế giới an lành.

(Canberra-Úc, sáng 10.9.2025)

NGÀY NẮNG CHO EM

Nắng thật là hồng
Vẽ tranh lên cửa
Em tỉnh giấc nồng
Biết trời không mưa

Nắng trắng buổi trưa
Em về trong ngõ
Gọi giàn hoa xưa
Của ngày thơ nhỏ

Nắng vàng trên cỏ
Buổi chiều qua đi
Em ngồi nơi đó
Gió đùa trên mi

Đêm thật là kỹ
Khóa cửa nhung đen
Nên trong mộng mị
Em thắp sáng đèn.

(Nha Trang, 1969)

NGỘ CHƯA?

Ô kìa , cánh bướm chao nghiêng
Chập chờn như mộng hoa hiền tan đi
Có đâu như buổi xuân thì
Khi duyên kia đã đượm vì thấy nhau

Không còn đâu chẳng còn đâu
Hương kia vẫn tỏa, sắc màu một mai
Có phải không bởi dặm dài
Mà hoa chẳng thắm để phai môi cười

Thản nhiên hoa khép lại đời
Bướm ong vờn mãi bên trời, ngộ chưa?

(Sydney-Úc, 10.8.2025)

NHỚ BA, NHỚ TÀI HOA

Vào một sáng tinh mơ
Của một đêm giới nghiêm
Trong mùa đông lạnh giá của Huế
Trong ngôi nhà ấm cúng
Trong đôi tay đón nhận của Ba
Con đã chào đời
Chính Ba đã cắt rốn cho con
Trước khi cô mụ kịp đến
Từ đó, con là đứa con gái cận kề Ba nhất trong số các chị em
Con luôn thương quý Ba và mủi lòng
Vì Ba dành cả đời mình
Để giữ cho nồi cơm gia đình luôn đầy
Người đàn ông Huế nhẹ nhàng
Luôn thương yêu và tôn trọng người vợ đẹp của mình
Luôn vui vẻ chan hòa cùng đàn con
Một công chức hành chánh khiêm nhường mẫu mực
Một Phật tử giữ đạo tâm trong sáng
Để tròn hết các vai, Ba đã gác lại
Văn chương chữ nghĩa
Và cả nét vẽ tài hoa

Thế rồi cuộc đổi đời đớn đau
Đã cuốn đi tất cả những ước mơ
Mà giấc mơ của con là khi Ba về hưu
Chúng con sẽ mang giá vẽ, màu sơn
Đưa Ba lên đồi, xuống biển
Để Ba tô những màu xanh khác nhau
Cho hy vọng của đời sau
Thế cuộc đã đẩy gia đình ta vào khốn cùng
Và chúng con vẫn thường nghe Ba nói
(bằng một giọng nhẹ và buồn)
"Tiền hưu của Ba, chúng ăn cướp hết!"
Ba ra đi cũng vào một sớm mùa đông rét buốt
Mà buổi trưa hôm trước con đã kịp về
Ba nằm mê man còn mang ống thở đến ngày thứ tư
Nhưng Ba cho chúng con hiểu Ba vẫn còn tri giác
Nước mắt Ba ứa ra
Khi con gọi bên tai: "Ba ơi, con đây!"
Từ đó, Ba được giải thoát
Khỏi cuộc đời ô trọc
Nơi đó, Ba đâu cần gì nữa phải không Ba
Con luôn thương nhớ Ba
Con mãi yêu quý Ba
Người cha đã giấu tài hoa vào cơm áo.

(Canberra-Úc, 18.8.2021)

NHỮNG MÙA XƯA

Có mùa xuân chạy cùng người
Đôi chân cuống quýt, hát lời chim non
Niềm vui là của sắt son
Long lanh là ánh nguyệt tròn ngàn sau

Một lần kia hạ biết hờn
Ve kêu bỗng nín, chuồn chuồn thôi bay
Có người biết có người hay
Mà không giữ nổi bàn tay lơi dần

Mùa thu nào bước lại gần
Nghe mưa ngâu khóc một lần tội ghê
Thì thôi vừa dứt cơn mê
Lá đâu vàng một nẻo về an nhiên

Tuyết giăng từng sợi tang buồn
Làm sao thôi lạnh ôi nguồn thương tâm
Nước mắt rơi vào lặng thầm
Vầng dương dõi bước âm trầm đông tan.

(Canberra-Úc,14.2.2025)

NỖI ĐAU HỒNG HẠC

Hồng hạc bay về nơi cố xứ
Ngẩn ngơ tâm thức gọi: Mẹ ơi!
Trời cao xanh thẳm ôm ngày cũ
Biển rộng mang mang nét mẹ cười.

(20.7.2020)

Hồng hạc bây giờ bay chốn nao
Xa xăm khuất nẻo biệt trăng rằm
Mẹ đi vào cõi trời hư ảo
Con biết sao tìm hương tháng năm!

(21.7.2020)

Hồng hạc tâm an dần khép cánh
Nơi nào có mẹ nắng bừng lên
Mới hay tâm ảnh là di ảnh
Mẹ sẽ là trăng của mọi miền.

(Canberra, 02.7.2021)

***Cả 3 bài thơ NỖI ĐAU HỒNG HẠC đều sáng tác trong thời gian bị chia cách bởi đại dịch Covid.

QUÊN

Ai yêu ngày tháng cũ
Ướp rượu nồng trên môi
Sẽ quên câu thần chú
Nhốt trong bình thả trôi

Yêu đâu cần lời hứa
Trái tim mãi rộn ràng
Ngày sau ngày sau nữa
Chỉ biết tình mênh mang

Em nhớ ngày tháng cũ
Trên cành xanh hiền hòa
Em quên ngày tháng cũ
Mang nỗi buồn đi xa.

(Nha Trang, 15.5.2024)

SẮC

Cây phượng tím nay lên màu đỏ thắm
Đón thu về thay áo để khoe tươi
Trong sắc mới ai hay điều lạ lẫm
Chỉ nắng vàng cùng gió hiểu mà thôi.

(Canberra-Úc, 14.4.2025)

SÂN HOA

Tình cờ hoa lại gặp nhau
Đỏ cam hồng tím khoe màu sân tôi
Có gì vui ở hoa cười
Để cho ngọc thốt ngậm lời xuân xưa

Có gì đây khi nắng mưa
Đất mang màu mới còn chừa hương nhu
Dường như trong cõi sa mù
Thời gian chậm bước tạ từ ngày qua

Sân nhà ai khéo chọn hoa
Bốn mùa thay áo vẫn hòa màu quen
Phải chăng trong chốn êm đềm
Cỏ cây đứng lại bên thềm xuân sau.

(Canberra-Úc, 07.8.2023)

SOI BÓNG

Cũng như trăng soi mình vào bóng nước
Mặt trời kia cùng cây cỏ nghiêng mình
Mây và núi trên cao còn chạm được
Người một mình sao bóng lẻ lung linh...

(Sài Gòn, trưa 08.4.2009)

SOI GƯƠNG

Đứng trước gương này, tôi bóng tối
Sau lưng vườn trải nắng màu trong
Hoa tím trên cành như bối rối
Giấu cả xinh kia chạm đáy lòng

Quay ra ánh sáng, sau lưng tối
Tôi có trời mây kia rất cao
Những hàng lá biếc viền theo lối
Xanh mãi bên hoa thắm thuở nào.

(Canberra-Úc, 22.12. 2022)

SỚM MAI HỒNG

Khi ta mang nụ cười vào giấc ngủ
Sớm mai hồng nắng mới sẽ reo vui
Con chim hót trên cành thôi lủi thủi
Vòm lá xanh không biết nữa sương mù.

(Canberra-Úc, 01.9.2021)

SỐNG

Đừng giận dỗi, đừng hờn ghen
Lòng son lỗi nhịp không quen tội tình
Hãy ngoan nhé trái tim xinh
Trở về nhịp đập vẫn hình như vui

Ô đẹp chưa, một nụ cười
Màu son đã thắm cho người ngẩn ngơ
Không còn vương chẳng còn mơ
Đường tơ ai bước thôi ngờ vực nhau.

(Nha Trang, 26.6.2022)

THU VỚI MỘT NGƯỜI

Anh ở đâu rồi, sao em không thấy
Nước mắt rơi hoài ướt đẫm đời em
Cứ mỗi thu phai lá rụng bên thềm
Cơn gió nhẹ cũng làm em run rẩy

Em vẫn nhớ mùa thu vàng nơi ấy
Màu lá sao mà lộng lẫy thương yêu
Anh dìu bước, đồi xanh bừng cỏ dậy
Nắng kia trong, trong vắt đến yêu kiều!

Ta chỉ có một mùa thu như thế
Mà nắng kia, mà lá chẳng thay nhiều
Em sẽ giữ trong tim hoài anh nhé
Đôi mắt anh lóng lánh gợn mùa say...

(Sài Gòn, 11.6.2007)

THƯƠNG

Trăng nhẹ len vào khung cửa
Ánh vàng soi một tâm tư
Không tiếc đời qua quá nửa
Chỉ thương hai chữ tạ từ.

(Canberra-Úc, 29.8.2023)

TIẾNG ĐÊM

Bay vào đêm
Nhạc bùng lên
Tiếng hát
Những nụ cười
Những ánh mắt
Long lanh
Nhạc buông lơi
Sầu chơi vơi
Nốt trầm
Mờ ảo
Tình

Luân vũ quay
Lời hát say
Réo rắt
Cung vàng điện ngọc
Sóng nước miên man
Đại dương mênh mông
Người xa nhau
Tình phai mau
Dừng

Bay về đâu
Tiếng đêm thâu
Tiếng hát kia
Tan vào xa thẳm
Chở vào cõi nhớ
Mờ

(Canberra-Úc, 15.6.2025)

TÌNH SÂU

Tim đập dịu dàng
Trong từng bước tới
Hãy cứ khẽ khàng
Bỏ lại đầy vơi

Lòng chẳng đem phơi
Sao hong niềm mới
Chỉ gặp nét cười
Mới hiểu là vui

Hồn có ra khơi
Xin ngày im gió
Buồm lặng lẽ trôi
Lướt dòng khốn khó

Yêu thuở ban đầu
Nhớ nhau nhớ nhau
Thời gian không màu
Cho tròn tình sâu.

(Canberra-Úc, 12.2022)

TÓC NGẮN

Thôi không nuôi nữa tóc dài
Phiền như mỗi sáng chải hoài nỗi lo
Ngắn như cuộc sống giả đò
Đưa tay vuốt khẽ làm ngơ nhẹ lòng.

(Canberra-Úc, 7.2023)

TRĂNG MẤY THUỞ

Đừng khóc ly hương
Đừng sầu cố quận
Có phải trăng kia
chỉ một mà thôi
Trăng của ngây thơ
mười sáu đây rồi
Vẫn dịu ngọt thơm
trong ngàn tưởng nhớ
Trăng của vơi đi
cứ khuyết lại đầy
Dẫu một thời gió lộng
vẫn còn trăng
Ô, chị Hằng
soi tâm tôi mấy thuở
Ánh sáng thiên thu
vàng nẻo riêng tôi
Chung một vầng trăng
Chung cả tinh cầu
Đừng ai khóc
Lệ đã rơi vào cõi khác.

(Canberra-Úc, tháng 3.2023)

TRAO NHAU

Xuân mới thơm như lòng vẫn thảo
Đón người như đón một niềm vui
Tha hương lòng những mong tao ngộ
Nâng chén trao nhau tiếng nói cười.

(Canberra, 11.10.2025)

TRÊN NỤ MÔI CƯỜI

Trời đã vào thu
Lá chưa vàng
nhưng trời sao âm u
Những cơn gió nhẹ
như thoảng
đủ làm lay động
bao cành lá rung rinh
in bóng lung linh trên nền sân gạch
Lòng người nhớ về đâu
khi nhìn lại mình
trong tận tâm sâu
Nỗi quạnh hiu
đã là sự chắt chiu
những hoài niệm
Để mùa thu
của tâm hồn mình
còn in bóng lung linh
bao điều ảo diệu
Để mùa thu
của cuộc đời mình
là sự an yên
trên nụ môi cười
chào tháng và năm.

(Canberra-Úc, 28.3.2023)

TRI ÂM

Chiều nay không thắm trong màu nắng
Hoa nhớ nhung gì thuở sớm mai
Tiếng chim lảnh lót trong vườn vắng
Vang mãi cung tơ đến dặm dài

Đàn chim xoải cánh trong trời rộng
Thả xuống triền sông nhạc thanh bình
Lữ khách đăm chiêu thuyền ghé mộng
Bến mơ yên ả một bờ xinh

Sáng nay chim hót lời quen quá
Hoa nở bừng như một nụ cười
Hồng gai vừa hé thêm một đóa
Hạ về theo nắng của xuân tươi.

(Canberra-Úc, 20.3.2025)

TRÒ CHƠI

Hãy nhìn bong bóng bay
Theo trẻ thơ đang bắt
Nhẹ hơn cả làn mây
Và in màu ngũ sắc

Ôi trò chơi trong veo
Vung tay nhịp tiếng cười
Vòng tròn vương khắp nẻo
Bé nắm và reo vui

Bong bóng tan thành nước
Bé phủi nhẹ nào hay
Chỉ là không muốn trượt
Lấp lánh phủ quanh đầy

Người bước ra tham dự
Bóng tan bỗng thấy buồn
Vẫn thân gầy viễn xứ
Thương mãi miền quê hương.

(Canberra, 11.11.2022)

TRỞ VỀ

Những con đường
vẫn đưa đi
muôn lối

Có ai về
quên hết được
ngày xưa?

(Sài Gòn, 10.01.2024)

TRONG VƯỜN

Hình như có mùa xuân đang đến
Những cánh hoa đào rung nắng trong
Đôi chim thả xuống lời thương mến
Trang sách im nghe tiếng nhạc lòng.

(Canberra-Úc, 23.8.2024)

ƯỚC NGUYỆN

Thời gian trôi nơi đâu nơi đâu
Trần gian ngưng lại với nỗi sầu
Hãy bay đi nhé điều u ám
Cho cả tinh cầu trông thấy nhau

Cho cả tinh cầu thương mến nhau.

(Canberra-Úc, 26.12.2021)

VẠN DẶM

Con ốc còn trơ vỏ
mượn linh hồn ai vui
Vào bờ theo sóng nhỏ
nghe như có tiếng cười

Đường chân trời vòng cung
chia hai bờ xa thẳm
Gởi hồn lên không trung
ta bay vào vạn dặm

Mơ hồ đâu quê mẹ
Tiếng người vào chợ đông
Ôi sao mà quen thế
người xuôi ngược đôi dòng

Lãng du là đôi cánh
đậu xuống ghềnh cô đơn
Lòng còn nghe sóng sánh
Trùng dương nào gần hơn.

(Batemans Bay, 10.12.2024)

VẪN

Có cô con gái nghịch ngầm
Bày ra lắm chuyện lại thầm cười vui
Ơi cô thiếu nữ đâu rồi
Hình như lẩn khuất bên trời vong niên.

(Canberra-Úc, 28.10.2024)

VỞ KỊCH KHÔNG LỜI

Một chiều say cổ tích
Nữ hoàng quay bước đi
Sân khấu vừa vãn kịch
Không ai nói điều gì

Tuyết tan trời còn lạnh
Thượng uyển vẫn màu xanh
Ngai vàng thương trăng lạnh
Gương soi vỡ tan tành

Duyên ai kia ngắn ngủi
Không còn những đợi mong
Giữ làm chi hờn tủi
Hương vẫn ngát trong lòng.

(Canberra-Úc, 25.6.2021)

VÒNG QUAY VŨ TRỤ

Cơn gió nào hối lỗi
lướt vào đêm chưa sâu
nghe tự lòng sám hối
thổi đi tiếng kinh cầu

Vầng mây nào bay mãi
mang hoài những hợp tan
rải bao điều oan trái
vào thiên thu dặm ngàn

Trăng kia tròn mấy buổi
cho nguyệt rằm thành thơ
Trăng khuyết mờ chú cuội
Sao rơi xóa ơ hờ

Vầng dương trao nhịp sống
Biển cùng sông reo ca
Bài hát cho huyễn mộng
tan vào cõi ta bà.

(Canberra-Úc, 23.12.2022)

VUI LẦN CHIA XA

Con đường hoa
        con đường hoa
Em đừng đứng đó
        Lệ nhòa
            thêm đau
Con đường đi về
        mưa mau
Em che dù biếc
        nhòa màu thế gian

Đường hoa
        rẽ lối
            đôi đàng
Ngõ về
        phía nắng
            rộn ràng sắc xuân
Vườn xanh
        gửi gió
            ân cần
Ngõ đi
giờ đã vui
        lần chia xa.

(Canberra-Úc, 01.2023)

VƯỜN XUÂN

Dẫu có muộn xuân đã về như thế
Hoa đào kia chúm chím tự hôm nào
Đôi chim đậu trên cành xanh vắng vẻ
Hót cho từng cây lá dậy xôn xao.

(Canberra-Úc, 17.10.2022)

VƯƠNG

Ngày đã lâu
Tình còn sâu
Để khi em bước
qua cầu
lòng đau

Màu thời gian
có phai mau
Hương thời gian
vẫn nhiệm mầu
còn vương.

(Canberra-Úc, 23.9.2023)

XIN NHẬN NIỆM LÀNH

Không có tiếng kinh
trong lời thơ
mà nghe Chánh Pháp
đến không ngờ
Thấm câu
sắc ấy
là không đấy
Niệm lành
xin nhận
cuối trời mơ.

(Canberra-Úc, 08.7.2025)

MỤC LỤC

Nhân Ảnh
2026

Liên lạc tác giả
quyhong1801@gmail.com

Liên lạc Nhà xuất bản
han.le3359@gmail.com
(408) 722-5626

www.ingramcontent.com/pod-product-compliance
Lightning Source LLC
LaVergne TN
LVHW020109081026
849580LV00013B/1847

9798295508080